સ્વપ્નચોર

Dreamstealer

Written *by* Elaine Joseph

Illustrated by Maggie Raynor

Gujarati translation by Gita Patel

Mantra

મીગન તેના મનગમતા રમકડાની સામે જોઈને બોલી, “એલી સ્થિર બેસ મને તારો તૂટેલો પગ જોવા દે.”
મમ્મી બોલી, “ચાલ છોકરી, મને ખાત્રી છે કે એક દિવસ તું પશુનો દાકતર થવાની છે, પરંતુ હમણાતો તારો સુવાનો વખત થઈ ગયો છે.”

“Sit still Elly and let me look at your broken leg,” Megan said to her favourite toy.
“Come girl,” Mum said. “One day I am sure you will be a vet, but right now it’s time for bed.”

તે રાત્રે મીગનને સ્વપનું આવયું કે તે ઘણા માંદા પુશુઓની સારવાર કરીને તેમને સાજા કરતી હતી.

That night Megan dreamt she was taking care of many sick animals and making them better.

એકદમ તેને સ્વપનામાં એક હિંસક પ્રાણી આવ્યું.

Suddenly, into her dream came a fierce creature.

તે તેની ચમકતી આંખોને સ્થીર કરીને ગર્જયો: “હું સ્વપનચોર છું ! નાની છોકરી તારૂં સ્વપન કદી સાચું નહી પડે.”

He fixed his glittering eyes on Megan, then let out a roar: “I am the Dreamstealer! Your dream, little girl, will never come true!”

તે મીગનનું સ્વપન એક
જાળમાં ફસાવીને બારીની
બહાર ઉડી ગયો,
સ્વપ્નતું જાળમાંથી બહાર
નીકળવાં તરફડિયાં મારતું હતું.

He scooped up Megan's
dream into a net and flew out
of the window, with the
dream struggling to break free.

તે સ્વપ્નને મહેલ માં લઈગયો. મહેલનો જે ભાગ ચંદ્રની અંધારી તરફ પડતો હતો ત્યાં જઈને ચોરાયેલા સ્વપ્નના ઓરડામાં કેદ કરી આવયો. ને હસીને તેના ખીલને ખંજવાળતા બોલ્યો, “થોડા સમયમાં દુનિયાના બધા સ્વપ્ના મારા થઈ જશે.”

He took it back to his castle on the dark side of the moon and locked it in the Room of Stolen Dreams. “Soon all the dreams in the world will be mine!” he laughed, scratching his boils.

બીજે દીવસે મીગન દુ:ખી અને ચિડાયેલી રહી. તેનું કશુંક ખોવાઈ ગયુ હતું. મમ્મીએ ધીમેથી પુછંયુ, "શં વાત છે ? તું ઉદાસ લાગે છે, તારા ચહેરા ઉપર ઉજાસ નથી."

The next day Megan felt miserable and grumbled she had lost something.
"What's the matter?" Mum asked gently. "You look so sad. All the sparkle has gone out of you."

મીગન બુમો પાડીને ઓરડા તરફ દોડીને
બોલી, "મારે આવુ નથી થવું!"
એક તીણો અવાજ બોલ્યો, "તારૂં સ્વપન
ખોવાઈ ગયું છે ? તો પાછું લઈ આવ."
"આ કોણ બોલ્યું ?" મીગને ચારે તરફ નજર
કરી અને તેણે તેની નાની ઢીંગલી આબેનાને
તેના તરફ તાકી રહેલી જોઈ. "મને ખબર ન
હતી કે તું બોલી શકે છે !"

"I don't want to be like this!" Megan shouted
and ran to her room.
"So you lost your dream? Well then, go get it
back!" said a squeaky little voice.
"Who said that?" Megan looked around and
saw her little doll, Abena, glaring up at her.
                    "I didn't know
                        you could speak!"

“મને સમજાવવાનો સમય નથી. સ્વપનચોરે તારૂં સ્વપન ચોરી લીધું છે. તારે પાછું લઈ આવવું જોઈએ.”
મીગન બોલી, “પરંતુ તે હિસક છે મને તેનો ડર લાગો છે.”
સબેનાએ જવાબ આવ્યો, “મને આશા છે, તને આશા છે, બધા પાસે થોડી આશા હોય છે.”
“લે આ રૂપેરીરજ અને દોરડું તારી મદદમાં આવશે.”

“I don’t have time to explain. The Dreamstealer is the one. He stole your dream. You have to get it back.”
“But he’s so fierce. I’m scared,” said Megan.
“I got hope, you got hope, everybody got a little bit of hope. Here, take this stardust and rope to help you,” answered Abena.

"થોડી રૂપેરીરજ ફેંકીને મનોકામના
કર, તારી મનોકામના માર્ગને
અનુસરીને જા."
મીગને રૂપેરીરજ ફેંકીને તેની
મનોકામના કરી. એકાએક તેની
આંખ આગળ માર્ગ દેખાયો.
તે દોરડું લઈને ધીમે ધીમે પગલાં
ભરીને સ્વપ્નચોરનાં મહેલ
તરફ દોડી.

"Now throw some stardust and make a
wish, then follow the path of your wish."
Megan threw the stardust and wished
and wished. Suddenly there before her
eyes was a path. She stepped carefully
onto it and taking the rope, she ran
towards the Dreamstealer's castle.

મોટાં દરવાજાની આરપાર,

Through the big gates,

આંગણાની સામે ...

across the courtyard...

વિશાળ ખંડની અંદર, જયાં મેજ ઉપર
સ્વપનચોર બેઠે બેઠે ઉઘતો હતો.

into the main hall, where at a table sat
the Dreamstealer, fast asleep.

મીગને ચાવીઓ જોઈ અને તેણે
દોરડાને આદેશ આપ્યો કે તેને
મેજ ઉપર ચઢાવી દે.

Megan saw some keys and
commanded the rope to lift her
onto the table.

તે જલ્દી ચાવી ઝૂંટવી લઈને સ્વપનના ઓરડાની શોધમાં એક બારણાથી બીજા બારણા તરફ દોડવા લાગી.

She quickly grabbed the keys and ran from door to door looking for the Dream Room.

એકાએક તેને સ્વપનનો
ઓરડો દેખાયો!
દોરડાની મદદથી તે
સીડી ચઢી ગઈ, અને
ચાવીથી બારણું ખોલી નાખ્યુ.

Suddenly she saw it!
Turning the rope into stairs, she
ran up them, put the key in the
door and unlocked it.

ધકકો મારીને તેણે જેવો
સ્વપનના ઓરડાનું
બારણું ખોલ્યું અને ...

She pushed open the door
of the Dream Room
and...

... તે થોભી ગઈ. આખો ઓરડો સ્વપ્નાથી ભરેલો હતો !
ઘણાં સ્વપના નિસાસા નાખતાં હતા, બીજાં ખોવાઈ ગયેલા અને ભુલાઈ ગયેલાં લાગતાં હતા. જેવી તેઓની નજર મીગન ઉપર પડી, તો છોકરાં સ્વપનામાં રડવા લાગ્યાં, "અમને બહારે નીકળવા દો ! અમને બહારે નીકળવા દો !"

...stopped. The whole room was full of dreams!
Some dreams were moaning, others looked lost and forgotten. When they saw Megan, the children in the dreams cried, "Let us out! Let us out!"

મીગને દોડીને બારીઓ ખોલી નાખી અને
સ્વપનાઓને મુકત કરી દીઘાં.
તે એટલી બધી પ્રવૃત્ત હતી કે તેણે
સ્વપનચોરને ઉઠતાં સાંભળ્યો નહી.

Megan ran across the room, threw the windows open
and set the dreams free. She was so busy she didn't hear the
Dreamstealer waking up.

સ્વપનચોરે બગાશું ખાધું
અને આળશ મરડી અને
એકદમ તેની નજર
રૂપેરીરજ ઉપર પડી. તેણે
ગર્જના કરી, “મારા
બંગલામાં કોણ છે ?”

The Dreamstealer yawned
and stretched and suddenly
in the dark room he saw the
trail of glittering stardust.
“WHO’S IN MY CASTLE?”
he roared.

તેના ભારે પગલાંનો ઘેરો અવાજ મોટા ઓરડાની આરપાર આવતો હતો. તે જેમ એક દરવાજાથી બીજા દરવાજા તરફ જતો હતો તેમ તેના શ્વાસ માંથી નીકળતી આગ દરવાજાઓને સળગાવી નાખતી હતી.

His heavy hooves boomed through the great hall as he went from door to door and with his fiery breath he burned them all down.

મીગને તેને નજીક અને નજીક આવતો
સાંભળયો અને પછી સ્વપન ના ઓરડાનો
દરવાજો આગના ભડકાથી બળી ગયો.
“એટલે તું તારૂ સ્વપન જોવા આવી છું.
હવે તું અંહીથી નહી જઈ શકે હા હા !”
તે મોટી ગજર્ના કરીને મીગન
તરફ દોડયો.

Megan heard him coming nearer and nearer and then - the door of the Dream Room burst into flames.
“So, you came looking for your dream. Now you will never leave here. Ha Ha!” he howled as he ran towards Megan.

મીગને દોરડાને ઉપર આવવા હુકમ કર્યો. અને
તેને બારીની પાળ ઉપર ઉચકી લેવામાં આવી.
તેણે જલ્દીથી રૂપેરીરજ ફેકીને બુમ પાડી, “મારે
ઘરે પહોચવાનો સ્સ્તો જોઈએ છે.”
તે રસ્તા ઉપર કુદી પડી અને દોડી અને દોડી ...

“Up rope!” Megan commanded and it lifted her onto the windowsill. She quickly threw some stardust and shouted,
“I wish for a path to take me home.”
She jumped onto the path and ran and ran...

...પરંતુ સ્વપનચોર તેની પાછળજ હતો. ...but the Dreamstealer was never far behind.

રૂપેરીરજ જેમ પવનમાં ફેલાતી ગઈ ત્યાંજ મીગન બોલી, “જ્યાં સુધી સ્વપનચોર સ્વપ્ન ન ચોરવાનુ વચન ન આપે ત્યાં સુધી મારી ઈચ્છા છે કે તેને કેદ કરી દેવામાં આવે.”

With the stardust drifting in the wind, Megan said, “I wish the Dreamstealer is locked away until he promises never to steal dreams again.”

છેલ્લી રૂપેરીરજ ફેલાઈ ગઈ તે પહેલાં તો સ્વપનચોર અંધારી અને ધૂંધળી કોટડીમાં કેદ થઈ ગયો ! તેના અવાજનો પડઘો પડતો હતો,
“મને બહાર નીકળવા દો. હું સ્વપન વગર નહી રહી શકું.”

And before the last of the stardust had fallen, the Dreamstealer was locked in a dark and gloomy dungeon!
“Let me out!” his voice echoed.
“I cannot live without dreams!”

મીગન રડતાં રડતાં ઘર તરફ દોડીને બોલી, "પરંતુ તું અમારા સ્વપના ચોરી ગયો હતો !"

"But YOU stole OUR dreams!"
Megan cried as she
ran towards home.

આબેના તેની રાહ જોતી હતી. તેણે પુછયું,
“તારૂ સ્વપન પાછુ લઈ આવી ?”
“હા અને બીજા ઘણા બધાંનેં મેં છુટા
કર્યા !” મીગને પુછયું “પરંતુ અબેના હવે
સ્વપનચોરનું શું થશે ? તે ખુબજ ઉદાસ
લાગતો હતો. તારે તેને પોતાનું સ્વપન
આવે તેવી મદદ કરવી જોઈએ. પછી તે
બીજા સ્વપ્ના ચોરી ના જાય.”
અબેના બોલી, “એ જો ચોકકસ દિલગીર
હશે, તો હું તેને મદદ કરીશ.”

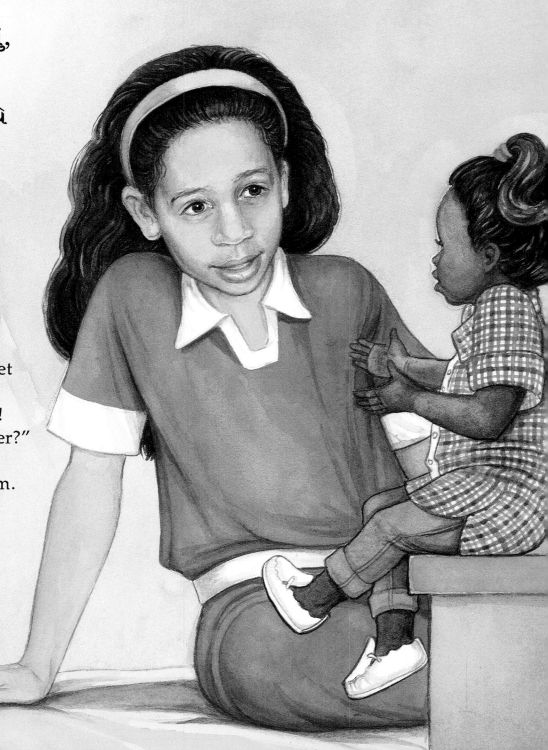

Abena was waiting for her. “Did you get
your dream back?” she asked.
“Yes and I set many others free as well!
But Abena, what about the Dreamstealer?”
Megan asked. “He looked so sad, you
have to help him to have his own dream.
Then he won’t need to steal other
people’s dreams.”
“Well, if he’s sorry for true,
I *might* help him,” said Abena.

ત્યારેજ મીગનની મમ્મી સુવાના ઓરડામાંઆવી.
તે બોલી, "તું હવે સારી લાગે છે." તે મીગનને ભેટીને બોલી, "મધુર સ્વપના?"
મીગન અબેના સામે જોઈને મલકાઈ.

Just then, Megan's Mum came into the bedroom.
"You look much better," she said,
giving Megan a tight hug.
"Sweet dreams?"
Megan glanced at Abena
and just smiled.

To Jonathan, James and Sinead - E.L.
For Sarah and Eva, Robyn and Eliza - M.R.

Litho originations by Reprospeed Ltd, London
Printed in Hong Kong by South China Printing Co. (1988) Ltd.

Mantra Publishing Ltd
5 Alexandra Grove
London N12 8NU
Great Britain
Tel: 0181 445 5123